ராஜ Single

(கவிதைகள்)

அர்ஜுன் ராச்

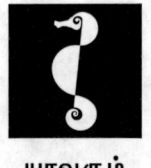

யாவரும்
பப்ளிஷர்ஸ்

The views and opinions expressed in this book are the author's own. The facts contained herein were reported to be true as on the date of publication by the author to the publishers of the book, and the publishers are not in any way liable for their accuracy or veracity.

- ராஜ Single ● கவிதைகள் ● அர்ஜூன் ராஜ் © ● முதல் பதிப்பு : அக்டோபர் 2023
- Rāja single ● Poetry ● Arjun Raj © ● First Edition : October 2023
- Pages : 102 ● Price : ₹ 140/-
- ISBN : 978-81-19568-60-4

Released by :

M/s. Yaavarum Publishers
24, Shop no - B, S.G.P Naidu Complex,
Dhandeeswaram Bus Stop
Opp: Bharathiar Park
Velachery Main Road
Velachery, Chennai - 600 042

90424 61472 / 98416 43380
editor@yaavarum.com
Url : www.yaavarum.com; www.be4books.com

Designed by :

All rights, including professional, amateur, motion pictures, recitation, public reading, broadcasting and the rights of translation into foreign languages are strictly reserved. No part of this book may be reproduced in whole or in part or utilized in any form or by any means electronic or mechanical, including photocopying, recording or by any information storage and retrieval system now known or hereafter invented, without the prior written permission of the author/publisher.

இலக்கிய முன்னறி கவிகளுக்கும்

எதுவென்றே தெரியாதவைகளை குணப்படுத்தும்
காற்றுக்கும், வெளிகளுக்கும், தனிமைக்கும்

மற்றும்

காஞ்சிபுரம் to சென்னை
கடற்கரை இரயிலின் ஜன்னல்களுக்கும்.

ஆசிரியர் குறிப்பு

இயற்பெயர் ச.அர்ஜூன்ராஜ். 1985-ஆம் ஆண்டு பிறந்த இவர் காஞ்சிபுரம் மாவட்டத்தில் வசித்து வருகிறார். சென்னையில் வணிகவரித்துறையில் பணியாற்றி வருகிறார். இந்நூல் இவரது முதல் கவிதை தொகுப்பாகும்.

என்னால் மிகச்சரியாக எழுத முடியாததால் எழுதுகிறேன்.
— கவிஞர். சார்லஸ் சிமிக்

அன்புகள்

கவிஞர் சோ.விஜயகுமார்
ஜீவகரிகாலன்
கவிஞர் இசை
மற்றும்
குறிப்பறி தெய்வங்களான
அம்மா, மனைவி, தயாழினி செல்லத்திற்கும்

நன்றி

அச்சு இதழ்கள், இணைய இதழ்கள் (பிரசுரம்)
யாவரும் பதிப்பகம்

இதுவரை கவிதை குறித்து உரையாடிய
அன்பர்களுக்கும் என் கவிதைகளை
பொறுத்துக்கொண்டு உடன் பயணித்துக்கொண்டு
வரும் இரயில் தோழமைகளுக்கும்

மற்றும்

காஞ்சிபுரம் குழந்தை தொழிலாளர்களை மீட்டெடுத்து (கல்வி) வாழ்வளித்த அய்யா இறையன்பு ஐ.ஏ.எஸ் அவர்களுக்கும்...

ஒலிக்கடிகை

ஒரு குழந்தை தூக்கத்தில்
அம்மா
அம்மாவென்று
அழைப்பது போல
என்னுடன் முனகிக்கொண்டிருந்தது வீசிங்
முழிப்புத் தாளாது அதை மடியில் போட்டுக்கொண்டு
தட்டிக்கொடுக்கத் துவங்கினேன்
அதன் கருணை பூக்கள் உதிக்கும் வேளை
எனை இருளில் ஆழ்த்தியது.
பிறகு எல்லோருக்கும் நான்
ஓர் ஒலிக்கடிகையானேன்.

ராஜ Single

ஒரு நடிகை போல அந்த பளபளப்பு வெளியில்
அவள் பவனி வருகிறாள்
அவன் தத்ரூபமாக தன் ஃபோனில் ஒரு ஷார்ட் வீடியோவை
எடுக்கப் பணிக்கப்பட்டிருக்கிறான்
ஒருசில ஒன்மோர்களுக்குப் பின் அவளுக்குத் தெரிந்தது:
அவன் டேக் ஓகே செய்ய மாட்டனென்று.
அவனுக்குப் புரிந்தது
இது ஒரு பரவசத்தின் Time Loop என்று.
கவனித்துக்கொண்டிருந்த நான்
வயிறு எரிய இதை டாலரேட் செய்வது எப்படி என புகைத்துக்
கொண்டிருந்தேன்
ஒரு மாயாவை சாயாவாகக் கருதும்
மார்க்கத்திற்கு அந்தர் பல்டியடிக்கலாமா என்றிருந்தேன்

அதற்குள் ஹெவியாகப் பசிக்க
பட்டினியின் போதெல்லாம்
தொந்தியைச் சற்று ஸ்லிம்மாக பாவித்துக்கொண்டு நடக்கும்
அந்த ராஜ Single—ன் நடையை நினைவு கூர்ந்தேன்
நினைவு கூர்ந்தபடியே அங்கிருந்து
நடையைக் கட்டினேன்

•

CHECK METE

*சு*ம்மாவே உக்கார்ந்து கொண்டிருக்கிறேன்
இந்த சும்மா எனக்குத் தாங்கவில்லை
வேறு வழியில்லை
இந்த சும்மாவோடுதான் ஒரு விளையாட்டை முன்னெடுக்க வேண்டுமென
சுவாரசியமான காட்சியொன்றை துழாவிக்கொண்டிருந்தேன்
காலடியில் எறும்பின் கூட்டத்தில் ஒரே ஓர் எறும்பை தேர்ந்து
என் பூரண கவனத்தையும் அதன்மீது குவித்துக் காயை நகர்த்தினேன்
புரிந்துகொண்ட சும்மா
என்னிடமிருந்து விலகி
என்னைப் பார்த்துக்கொண்டே போகும்
பார்த்துக்கொண்டே வரும் ஊரார் மீது
ஏறி இறங்கி ஏறி இறங்கி ஆர்வமாக விளையாட ஆரம்பித்தது
பேருக்குத்தானது சும்மா
ஒரு செகண்ட் நான் பிசகினேன்
கேம் ஓவர்.

●

ஏதோ வீழ்த்தப்பட்டவன் போல
படுத்துக் கிடந்தேன்
சரியில்லாத மனது எதிலிருந்தோ
சற்று மீட்கச் சொல்கிறது
இரண்டு தலையணை வைத்துப் படுத்தேன்
அதுவும் போதாதென
கைகளையும் தலைக்கு வைத்துப்
படுத்தேன்
மீட்பில் பலனேதுமில்லை.

பிறகொரு அமைதி
பெரிதாக நினைத்துக்கொள்ள ஒன்றுமில்லை என்றதும்

படுத்திருந்த வாக்கிலேயே

என்முன்
நானே
கால்மேல் கால் போட்டேன்.

●

சத்தங்களிலேயே ஒரு பெரிய சத்தத்தை நிறுத்துவதோ
அதனின் துண்டித்துக்கொள்வதோ
இல்லை அமைதி

சத்தங்களிளேயே ஒரு பொடிசான சத்தம் செவிப்புலனில் தெளிவதோ
அல்லது உள்ளுணர்வற்றுப் போவதோ இல்லை அமைதி
அது தூக்கத்திற்கும்
தூக்க மனநிலைக்கும் இடையில்
சிலநொடியே கண்ணயரும்
நினைவு தப்புதல்

ஒரு மருத்துவமனையின் காத்திருப்புக் கூடத்தில்
சலசலக்கும் கூட்டத்தில் மேற்கூறியதையே
திரும்பத் திரும்ப செய்து பார்த்துக்கொண்டிருந்தது
ஒரு குழந்தை
ஆசையோடு அதையே வேடிக்கை
பார்த்துக்கொண்டிருந்தது
ஒரு சைலன்ஸ் ப்ளீஸ் பதாகை

•

நண்பன்
அந்த மரத்தில் இலைகளைப்
பார்த்துக்கொண்டிருந்தான்

இலைகளுக்கு இணையாக இலை விட்டிருந்த
வெய்யிலை நான் பார்த்துக்கொண்டிருந்தேன்

அவன் அதில்
வசந்தத்தைப் பார்த்துக்கொண்டிருந்தான்
நான்
இலைகள் உதிர்வதை

அவன் பார்வையை எட்டிப் பார்த்தேன்
சில பழுத்த இலைகள்
அலகிலா விளையாட்டோடு
மகிழ்வைப் பாடிக்கொண்டிருந்தன

என் பார்வைக்கு அவனை அழைத்தேன்
இலைகள் உதிர்ந்த கிளைகளில்
சில பறவைகள் பூத்துப் பூத்துக் களிப்பதைப் பார்த்தான்
மேலும்
"பகல் அசைந்தசைந்து குலுங்குகிறதே
இதென்ன அக்கினி பழமா" என்றான்.

நீண்ட நேர பயணத் தொய்வில்
வலது இடது கால்களை
இடவலப் பக்கமாக வைத்தபடி
தூங்கிவிட்டிருந்தேன்
பேருந்து நிற்க,
இறங்க வேண்டிய நிறுத்தம் பொட்டிலடித்தது
பதற்றத்தில்தான் கவனித்தேன்
சப்பாத்துகள்,
என் கால் குழந்தைகளிடம்
தன்னை மாற்றி மாற்றி அணிந்து
விளையாடிக்கொண்டிருந்ததை
வழக்கம்போல் அது அதட்டும் நேரம்
அல்லாததால்
வேகம் கூட்டி இறங்க முயன்றேன்
இறக்கி விட்டதோ குழந்தை நடைதான்.

•

ரூபிக் கியூப் வீடு

வாசல் கிழக்கைப் பார்த்தபடியான வீடு
கால்கள் வாசலைப் பார்த்தபடியாகப் படுத்திருந்தோம்.

பின்னிரவில் மணியைத் தோராயமாக
சொல்லிவிடும் நேரங்களில்
ஆள் மாற்றி ஆள் முழித்துக்கொண்டோம்.

முழித்த போதெல்லாம் வீட்டின் முகத்தை
தென்கிழக்கு, வடக்கு, தென்மேற்கு அல்லது
வடகிழக்காக
ரூபிக் கியூப் போல்
மாற்றி மாற்றி வைத்து
விளையாடிக்கொண்டிருந்தது வாசல்

காலையில் எங்கள் குழப்பத்தில் இருந்த
வீட்டின் திசைப் புதிரை ஆராய்வதற்குள்
வாசல் அடுத்த நகர்த்தலுக்கு ஆயத்தப்பட
நல்லவேளை,
படுக்க வைத்த கோணத்திற்கே வந்து
விழித்துக்கொண்டாள் குழந்தை.

***

ஒரு கோடை விடுமுறை முடிந்து திரும்பியிருந்தேன்
வீட்டுக்குள் ஏதோ ஒரு பிரிவு
ஏதோ ஓர் ஏமாற்று ஏற்பாடாகியிருந்ததை
உணர்ந்தேன்

அதை முற்பட்டறிய
சுற்றும் முற்றும் பார்த்தும் பலனில்லை

முற்றத்தில் ஒரேயொரு செடியில் பூத்திருந்த
ஒரே ஒரு பூ உதிர்ந்ததுபோல
கலக்கமுற்றேன்

வழக்கமாக
எதுவென்று தெரியாதவைகளை
குணப்படுத்தும்
சாளரத்திடமே போனேன்

அது விலகி விலகிப் போய்
வீதியின் அந்தப் பக்கம் நின்றது

என் வீடு
எதிர் வீட்டில் பூட்டப்பட்டிருந்தது

***

வீட்டைச் சாத்திக் கிளம்பும்போது
அது என்னை அப்படி கண் இருட்டப் பார்த்ததே

திறந்த கண்களோடு அதை நான்
பொத்துவது போலிருந்ததே

வந்துவிட்டேன்தான்
நான்
இங்கே
இல்லை

வீட்டின் உள்ளே
வீட்டின் பின்னே
அதன் முதுகோடு
அது என் கைக்குள்

பூட்டைத் திறந்தேன்
தாழ்ப்பாள் ஒதுக்கினேன்

அவ்வளவு பளிச்செனச் சிரித்தது
என் செல்லக் குழந்தை வீடு.

ஜாலி(jolly) என்றொரு தெய்வாம்சம்

ஒரு ஜாலி சாட்சாத் ஜாலியாகவே தெரிய
திகைப்பூட்டும் குட் நியூஸ்கள்
தேவை இல்லை
பிரத்யேகமான வேடிக்கைகள் தேவையில்லை
சின்னச் சின்ன விடுவிப்புகளே போதும்

ஓர் அமானியான இடத்தில் அமைந்துள்ள
பிரசித்தி பெற்றப் பள்ளியிலிருந்து
எல்லாம் சிறுசிறு பொம்மையாகத் தோன்றும் தூரத்தில்

அதன் பாடென நகர்ந்துகொண்டிருக்கும்
இரயிலுக்கு
குழந்தைகள் கூட்டம் கூட்டமாக ‘டாட்டா’ காட்டுகின்றனர்

தக்க போதெல்லாம் வியாபிக்கும் தெய்வாம்சம்
அப்போததில் “ஜாலி” என இறங்குகிறது
இறங்கி
வெகுவாக ஆசீர்வதித்துச் செல்கிறது
வகுப்பு ஜன்னல்களை அதில் நீளும் பூக்களை.

•

பறவை ஒன்று வட்டமடிக்க
வானம் பிரவாகம் கொள்கிறது.
ஒரு இசைத்தட்டு நிசப்தமாக
ஏரியைப் பாட்டிசைக்கச் செய்கிறது.

இந்நகரைச் சுற்றி ஓடிக்கொண்டிருப்பது
பிரபஞ்சத்தின் நதியேதான்
ஆயினும்
இப்போததை பயணிகள் இரயிலாக பாவிக்கிறோம்

அதில்தான் ஒரு குட்டி மீனென
துள்ளித் துள்ளி குதிக்கிறாள்
எதிர் ஜன்னல் பாப்பா.

•

பிரக்ஞைக்குக் காத்திருத்தல்

அடுக்கி வைக்கப்பட்ட பெட்டிகளின் ஒன்றில்
சன்னலோர இருக்கையிலமர்ந்து
பயணித்துக்கொண்டிருந்தேன்.
ஒவ்வொரு ஸ்டேஷனிலும்
இரயிலிருந்து சில கழன்று உருண்டு
ஓடிக்கொண்டிருந்தன.
(ஒவ்வொரு ஸ்டேஷனிலும்)
அறுதியான ஸ்டேஷன் அடைந்ததும்
இரயிலே
உதிர்ந்துதிர்ந்து
எங்கெங்கோ சிதறி ஓடிக்கொண்டிருக்கிறது.

ஒரு வண்டியின் நிழல் பறந்திட,
எழுந்தோடும் நாய்குட்டிகளுக்கு அருகே
"பாழில்" எனக் கிடக்கிறேன் நான்
முதலில்
முளைப்போம்
முளைப்போமென்றே.

●

கம்யூனிஸ்ட் பூச்சி
அந்த அறையில்
மங்கலான சிவப்பு நிறத்தில்
ஒரு சூழிய மின்திறன் பல்ப்

சுருங்கிய ஒளியில் எப்போதும்
கவிந்திருக்கும்
அதை
ஒரு கம்யூனிஸ்ட் பூச்சி
சுற்றி சுற்றி
வளையவரும்,

அன்று
அன்றிரவுக்கு அவ்வளவாக பசியில்லை
சுமையில்லை
பொறுப்பின் மூர்க்கமுமில்லை
ஏதோ கொஞ்சம் விடுதலை மட்டும் இருந்தது
மேலும்
அந்த பூச்சி
டங்ஸ்டனுக்கு மிகப் பிரியமான பூச்சிதான்.

•

ஒன்றை மாறாக புரிந்துகொள்ளும் நம்மிடம்
புரிய அதில் ஒன்றுமே இல்லாத ஒரு சுகந்தம்
இப்போது
புரிகிறதா
புரிகிறதா
என்று
புலம்புகிறது

மீண்டும் அது சரியான அலைவரிசையில்
புரியாமலிருக்க
கவனத்தின் அகமுதுகை
எத்திசையில் காட்டி
எம்மார்க்கமாக நான் ஓட வேண்டும்

•

என் குற்றத்திற்கான தீர்ப்பை நானே
எழுதினால் இப்படித்தான்

மன்னிக்க முடியாத தவறொன்று
நடுநிசியில்
வெறிபிடித்த தீ போல சடசடக்கிறது

பரபரக்கும்
அதன் கூரிய நா அருகில்
நடுங்கும் என் உடலை
கொண்டுபோய் விட்டுவந்தேன்
வேறு என்ன கூடும்.

யார் யாரோ வந்து
மாற்றி மாற்றி அமர்ந்துவிட்டுப்போகும்
இருக்கையின் சூட்டை
என் இருதயத்தில் நன்குணர முடிகிறது

மேலும்
நான் பயணி கூட அல்ல
பயணம்

கதகதப்பு

என்னையே காதலியாக்கி
கட்டியணைத்துக்கொள்ளும் குளிர்.
வெகுநேரம் பக்கத்திலமர்ந்து பயணம் செய்தவள்
தம் நிறுத்தம் வந்து பிரிந்தாள்

இறங்கும் தருவாயில்
எதையோ தவறவிட்டதாக கவனம் மேலிட்டு
ஒரு கணம் எனை பார்த்துச் சந்தேகித்தாள்

எதையோ எடுத்துக்கொண்டு போனவளாக
நானும் உத்தேசித்தது வாஸ்தவம்தான்.
ஆயினும்
புகார் சொல்லிக்கொள்ள
இருவர் மீதும் குற்றமில்லை.

அங்குதான்
எங்கேயோ தொலைத்துவிட்டிருந்தோம்
அந்தக் கதகதப்பை.

ஐந்து மணிநேர பயணத்தில்
பக்கத்து இருக்கைக்காரரர்
எந்த பேச்சும் கொடுக்காமல்
ஏன்? அறிமுகம் கூட
செய்துகொள்ளாமல்
பக்கத்து இருக்கையைப் போலவே
இருந்தார்
அவருக்குப் பக்கத்து இருக்கையாக
நானுமிருந்தேன்.

•

ஒரு சின்ன Misunderstanding

ஒரு சுயகொலைக்கு முன்
கடிதம் ஏதும் எழுதப்பட்டதாக இல்லை.

ஒரு முடிவிற்கு வர
காரணங்கள் ஏதும் கணிப்பதற்கு உகந்ததாக இல்லை.

திறந்திருந்த கண்களில்
திட்டாக சற்று நடுக்கடல்
பாதக்கரைகளில் ஒரு நெடுந்தூர Walk
விரல்களில் நெடிய சிகரெட் வீச்சம்.

பிறகு ஜேப்பிகளை துழாவியதில்
ஃபோனில்லை என்று சொல்லிவிட முடியாத ஒரு ஃபோன்
வெறிச்சோடிய கான்டாக்ட் லிஸ்ட்.
அதில் எந்த செய்தியோ தகவலோ
போக, வர இல்லை.

முகநூல் பூட்டப்பட்டுள்ளது
உடைத்துப் பார்க்க
நினைவுகள் நினைவுகள்
மீண்டும் மீண்டும்
அதன் நிழல்கள்.

ரீஸ்டோர் செய்த வாட்ஸாப்பில்
வட்டமான ஒரு வாட்டம்
விசாரிக்கத்
தெரிந்தவர் அறிந்தவர் முன்வரவில்லை.

துப்புத் துலக்கியதில்
எந்த தடயமுமில்லை
யாரும் கொன்றிருக்கவில்லை.
சொல்லப்போனால் அது தற்கொலையே இல்லை.

பிறகு?
தொப்பியைக் கழற்றிச் சுருங்கச்சொன்னது விசாரணை

மரணத்தோடு
அது ஒரு சின்ன Misunderstanding
அவ்வளவுதான்.

•

மதிப்பிற்குரிய கல்லாப் பெட்டியே...

தெய்வம் போல் துணை நிற்க
“நீங்கள்தான் சரி”யென
யாருக்கு அழைப்பு விடுப்பது.

ரிப்பன் வெட்டித் திறந்துவைக்கச் சொல்லி
யாரிடம் கத்திரியைக் கையளிப்பது

எப்படியோ
தொடங்கி வைக்க ஒரு தெய்வம் கிடைத்துவிடுகிறது

அது ரசனைகளை அளவளாவிச்
சுற்றிச் சுற்றிப் பார்த்துவிட்டு
நேரே கல்லாப் பெட்டியிடம் செல்கிறது

அதன் கல்லாப் பெட்டியோடு ஒப்பிட்டுக்கொள்கிறது

அதில் ஒன்றுமே இல்லாதது
மட்டற்ற மகிழ்ச்சியை மேலிடச் செய்கிறது.
பிறகென்ன
தன் உளங்கனிந்த வாழ்த்தினை அதில் முதல் வரவாக்கித்
தருகிறது

அக்கணம் விளைந்த அறியாமை பொருட்டுதான்
ஒரு ஃபைனான்ஷியரிடம்
யாரும் அனுமதிக்கப்படாத முற்றத்து அறையில்
மாதச்சம்பளத்திற்கு
இப்போதது
ஒரு கல்லாப் பெட்டியாக வேலைப் பார்த்து வருகிறது.

•

ஆசையின் விலாசம்

இதைப்பற்றி மேலும் தெரிந்துகொள்ள
தொடர்புகொள்ளுங்கள்
ஆசை.
எண். சுழியக் குமிழிகள் / நீர்ச்சுழி வளையங்கள்
நெருங்குவதை உணர்ந்துகொண்டு
பறந்துவிடும் பட்டாம்பூச்சித் தோட்டம்
தொடுவானம் நெடுஞ்சாலை,
மனக்குரங்கு வட்டம்,
மாயை மாவட்டம்,
அஞ்சல் குறியீடு : ஃபிபோனாச்சி எண்கள்.

•

இலை அளவில் இரண்டு குருவிகள்
மரத்தினின்று அப்போதுதான் பறந்தன
ஒன்றின் றெக்கை வாலுக்கும்
அடுத்தொன்றின் தொண்டைக் குழிக்கும் இடையே
ரம்யமாக ஒலித்தது ஒரு மிடற்றிசை

மரத்திடம் கேட்டேன்
அவ்விசை எதனுடையது?

பல்லாயிரத்துச் சொச்ச இலைகளும்
பறப்பதுபோல் சொல்கின்றன
என்னுடையது
என்னுடையது
என்னுடையது
என்னுடையது...

சில கனவு மரங்களிடம்
கனியை எட்டும் வரைதான் நெருங்க முடியும்
அதற்கென்னை தெரியுமோ என்னமோ

தனக்கான கைகளை கண்டடைந்ததாய்
காம்பை விண்டுகொள்ள பனியொழுக அசையுறுகிறது கனி
கையில் விழுமோ என்னமோ

இ—திவ்யமான குழப்பத்தில்
திளைக்கும் மத்தியில்
இரண்டுக்கும் இடம் தராமல்
வீட்டின் எங்கிருந்தோ ஒரு மூலையிலிருந்து
குறிதப்பிப் பாய்ந்தது
ஒரு கல்லின் குரல்.

•

ஒரு மரக்கன்றை
நட்டு வைத்துவிட்டு ப்போனேன்
சிலநாள் கழிந்து
ஒரு முள் வேலி
அமைத்துவிட்டுப் போனேன்
சில வருடங்களையடுத்து வந்து
ஓர் ஆணியும்
அதில் பேயும் அறைந்துவிட்டுப் போனேன்
நீண்ட காலத்திற்கு பின்
அந்திமத்தில் வந்தேன்
அந்த சாலையில்
அந்த மரம் மட்டும்
நடுங்கியபடி நின்றிருந்தது.
போய் லேசாக அதை தொட்டேன்
கூடவே வருவதாக முறிந்து விழுந்ததென் நிழலில்.
அன்றிரவு நல்ல குளிர்
அப்படியொரு கதகதப்பு.

"ஆக்‌ஷன்" என்று யாரும் சொல்லவில்லை

அணிவகுப்பில்
ஒரு ஆள்காட்டி விரல் சுட்டிட
பட்டெனச் சுடப்பட்டேன்

விரல்
மேலும்
சுட்டி நகர்ந்துவிட

"கட் கட்" என்றும்
யாரும் சொல்லவில்லை.

ஸ்டெடியாகச் சுடர்ந்து கொண்டிருக்கும்
தீபத்தின் மீது
சந்தேகமாய்
தள்ளாடியபடி
மிக அருகில்
மூச்சை மெல்ல நிதானிக்கவிட்டு
ஊர்ஜிதம் செய்கிறான் குடிகாரன்.
அதுவும்
தன்னுணர்வை அடைந்ததுபோல்
ஊர்ஜிதம் செய்துகொண்டது
சற்றைக்கு முன்பான தன்னை மறந்து.

•

பூ

பூக்களாக அழகாய் இருக்கிறது.

பறித்து
ஒவ்வொரு இதழையும்
இனுக்கி இனுக்கிப்போட்டேன்
தனித்தனியாகியும் அழகாய் சிரிக்கிறது.

அதிலும் ஓர் இதழைப் பிட்டு
மேலும் சோதித்தேன்.

ஒரு பட்டாம்பூச்சி,
மெல்ல மெல்ல ஒன்றாக மேலேகுகிறது
ரெண்டு துண்டு இதழ்களில்.

●

பால்ய பித்து

அந்த இரயிலில் பாலகனொருவன் வைத்திருந்த
கிரிக்கெட் பந்தின் மீது எனக்கொரு தீரா... பால்ய பித்து
அதையே பார்த்துக்கொண்டிருந்தேன்
சுதாரித்துவிட்ட பந்து துள்ளித் துள்ளி
மேலும் கீழும் நோட்டமிட்டது
ஒரு மட்டையாக எனை பாவித்தது

அதற்கான கனவு என்னிடம் உள்ளதா என
சோதிக்கத் தன்னை நன்றாக பிசைந்தொரு ஸ்பின் பௌலிங்
இட்டது.

வயது *15* ல் குத்தியெழும்பி, *35* ஐ நோக்கி
மனதுக்கு வாட்டமாக பாய்ந்து வருமதை
நீண்ட நாள் காத்திருப்பாக வலுகூட்டி ஒரு ஓங்கு ஓங்கினேன்.

பறந்த சிக்ஸரில் பந்தில்லை
அது கிளைத்த போல்டில் ஸ்டம்பில்லை
ஆயினும் நான் 'அவுட்' என்பது நிஜம்
அது "விக்கெட்... விக்கெட்..." என்றதோ
வீண் பிரமை.

•

மது போதையில் நான்தான் என்னிடம்
என் பெயரைச் சொல்லி வம்பிழுத்தேன்
நல்லவேளை
"இப்ப என்ன?"வென்று
என்னை நான் முறைத்துக்கொள்ளாமல் இருந்துவிட்டேன்.

அதனால்?

அதனால்...
கடைசி... சிகரெட் பாக்கெட்டில்
கடைசியாக ஒரு சிகரெட் மிச்சம்.

●

குழூஉக்குறி

நா...ன் உன்னை
நீ... அவனை
அவன்.. நம்மை
அல்லது
நம்மில் ஒருவர்
அல்லது
இருவர்
அல்லது
மூவரும்

சா பூ த்ரியில் ஒரு ஜோடி கை கூடி
புதிதாய் யார் வந்தென்ன
நமக்குத் தெரியாதா நம் பவிசு.

●

நானும் நானும்

சாலையில் பொறுமையை சோதித்துக்கொண்டு நடக்கும் நானும்
அவசரமாக வண்டியில் போகும் நானும் ஒருநாள் எதிர்ப்பார்த்தது போலவே முறைத்துக்கொண்டோம்.

●

நான் 1:

சாலையெங்கும் பல நான்களாகி குறுக்கும் மறுக்குமாய் நடமாடினேன்

நான் 2:

எல்லா ஊர்திகளையும் எல்லா திசைகளிலும் செலுத்தத் தொடங்கினேன்

●

கோபங்கள் தலைதலையாய் முளைக்கத் தொடங்கின
ட்ராஃபிக்
ஒரு களவரமாகி வெடித்தது
கூட்டத்தில் என் கட்டுப்பாட்டிலிருந்து வெளியேறிய இருவரில்
ஒரு வண்டியோட்டி அடிபட்ட எனக்குத் தண்ணீர்
கொடுக்கிறான்
முதலுதவி செய்கிறான்

ரத்தம் வடியும் வண்டியோட்டியான எனை
தோளில் தூக்கிப் போட்டுக்கொண்டு
எல்லா வண்டி கூரை மீதும்
தாவித்
தாவித்
தாவித்
தாவி
ஆஸ்பத்திரிக்கு ஓடுகிறான் ஒரு பாதசாரி.

•

தயாழினி

1

ஒன்
டூ
த்ரீ

1 2 3 சொல்லச் சொல்லி
விளையாட்டுக்களை தொடங்குவதில்
தயாழினிக்கு தனி ஆர்வம்

அதன் மிகுதியில்
சாப்பிடும் முன்
மருந்து விழுங்கும் முன் கூட
123 க்கு வழக்கமாகிவிட்டாள்

இன்று பகல் போல தூங்கிவிட்டவள்
இரவு நீண்டநேரமாக முழிப்போடு விளையாடிக்கொண்டிருந்தாள்

மிரட்டி உருட்டித் தோற்று தூங்கக் கேட்டோம்
கடைசியாய் சாஷ்டாங்கமாக
பணியவேண்டி வந்தபோது
தூக்கத்தின் ஒளிப்பில் பதுங்கிக்கொண்டு
“சரி சரி *123* சொல்லுங்க அப்பதான்” என்றாள்
சொன்னோம்
ஒன்
டூ
த்ரீ

சற்றைக்கெல்லாம் விரல் சூப்புமரவம்
எம் செவி கொஞ்சிற்று.

2

கண்களை மூடிக்கொள்கிறே...னென்றேன்
பாதி மூடிக்கொள்கிறாள்
போய் ஒளிந்துகொள் என்றேன்
எதிரிலேயே ஒளிகிறாள்
இம்முறை
நானே அவளை ஒளியவைத்து
நானுமோர் ஒளிவிடமடைந்து கூவினேன்
“ஜூட்டா...”

“ஜூட்...”டென
ஒரு கைக்குட்டையிலிருந்து பூங்கொத்தை வரவழைக்கும்
மேஜிக் போல
மறைந்திருந்த தன் சிறிய கைகளில்
3 அடி உயரத்திற்கு
பூத்துப் சிரிக்கிறாள் தயாழினி

ஓட்டைகள் விழுந்த குடைக்குள்
வெய்யிலை போல
சரியாக நுழையத் தெரிவதில்லை மழைக்கு.

3

உங்கள் மனதை போலவே
உங்கள் கால்களும் பலமிழந்துகொண்டு
வருகிறதென்றார் மருத்துவர்

வீட்டில்
என் காலொன்றை எடுத்து
தன் பூ மடியில் கிடத்தி

அமுக்கிவிடும் பொருட்டு நீண்ட நேரமாய்
முயற்சித்துக்கொண்டிருக்கிறாள் தயாழினி.

4

அவ்வளவு தாம்புக் கயிறுகளில்
நீதானே மினுக்கென்று பளிச்சிட்ட
என் குட்டிப் பாம்பு

(மகள் தயாழினிக்கு)

•

*சா*லையின் ஓர் ஓரமாகப் போய்க்கொண்டிருந்தேன்
சுதாரிக்க முடியாதொரு கணத்தில்
சேற்றடித்துப்போனது அ—வாகனம்.

சம்பவத்தில் துமியளவும் என்மீது
தப்பிதம் இல்லாததால்
கறையைக் கழுவிக்கொள்ளவில்லை.
சினம் முற்றினும்,
கண்ணீரை முற்றவிடவில்லை.

மனமோ ஒரு குழந்தை முஷ்டி.
என்ன செய்வது
என்ன செய்வதென்றபடியே
அ—பதற்றத்திலிருந்து
அலறாமல் விழித்துக்கொண்டேன்.

●

பூதம் வெண்மையானது
பூதம் மௌனமானது
பூதமொரு வெட்டவெளிக் குழந்தை
இவ்வளவுதான் பூதமென
குழந்தையின் கையில்
ஏந்தக்கொடுத்தேன்
மென்மையாக அதை
"ஃப்...ஊ..." ஊ...தி விளையாடினாள்

மிதந்து
மிதந்து
மிதந்தது
இலவம் பஞ்சு.

ஜன்னல்
பயணத்தின் ஜன்னல்
ஓடாதவைகளை முந்துகிறது.
சிலநேரம் மரங்கள்,

சில கணம் வானம்
ஜன்னலுக்குச் சாலையாகத் தெரிகிறது.
ஆம்
ஜன்னல் ஒரு வாகனம்!

***

பயணத்தின் ஜன்னல்
இருக்கும் இருப்பிலேயே இருக்கிறது.
எதிர் திசையில் வாகனங்களாக
பாயும்போது
ஜன்னல்
ஒரு சாலையாகிவிடுகிறது.
ஆம்
ஜன்னல் ஒரு சாலை!

***

மனிதர்கள் தம் மனக்குழந்தையை
வேடிக்கைப் பார்க்கவிட்டு
ஜன்னலில்தான் அதிகம் பயணிக்கிறார்கள்
அவர்களோடு ஒருவராய் ஜன்னலும்
ஒரு காலம் போலப் பயணிக்கிறது
பயணிக்காதவைகளுடன்
பயணிக்காதவைகள் அதனுடன் போல.
ஆம்
ஜன்னல் ஒரு காலம்!

●

பாதி வழியிலொரு நிதானம்

ஒரு வேகத்தில்
தடதடவென தரையிறங்கிட்ட
கொழுந்திலையே
நீ வந்த காற்றின் படிகளை எனக்கு
கை காட்டுகிறாயா
அதனொன்றில் அமர்ந்துதான்
எனை யோசித்தாக வேண்டும்.

II

எப்பொழுதும் போல்தான்
முறிந்தது
அப்—பழுத்த இலையின் கடைசீ... சோம்பலும்.

III

பின்னிரவில் பூக்கள் மலர்வது போன்ற ஒரு கணத்தில்தான்
இலைகளும் பிதிர்கின்றன.

IV

வசந்த காலத்தில் உதிரும் இலைகளுக்கும்
அது வசந்தகாலமே தானா?
ஏனெனில்
இலையுதிர் காலத்தில் இதை
கேட்பதற்கில்லை.

V

மரக்கிளையும் கைவிட்டு
பூமியும் சேராமல்
சிலந்தியின் ஒரு தாரை இழையில்
ஊசலாடிக்கொண்டிருக்கருக்கிறது
ஓர் இலைச்சருகு.
இன்னும் இந்த வாழ்வு
இப்படித்தான் உய்கிறதா என்றால்,
ஆமாம்.

VI

அந்த மரம் எத்தனை சமநிலையோடு தன்னை
அழகாகத் தாலாட்டிக்கொள்கிறது!
காற்றுகூட ஒருமுறையடுத்து இப்படி
அசைத்துவிட்டிருக்காது.
பாருங்கள்,
அதன் தூளியிலிருந்து ஒரு பிஞ்சு கொப்பு
இளஞ்சிவப்பான இலையோடு
வெளியேறி இருப்பதை.

●

இருட்டிலிருந்து இருட்டின் வெளிச்சத்தைக் காண
ஒரே வழிதான் இருந்தது.
அத்தனை திசைகளிலும் அதை நம்பினேன்.

●

பகல் கனவு

என் அருகிலிருந்து
பரந்து விரிந்த கடலை,
தூராதி தூரத்தின் விரல் நுனி வந்தமரும்
மழைத்துளி ஒன்றில் தொட்டேன்.

வாழ்வின் நெடுநாள் ஆசையொன்றை
நினைத்தபோதெல்லாம் வரவழைத்து
அனுபவித்துக்கொண்டிருப்பது போல்
இருந்தது.

வேறு வழியற்று
நிலைமையைத் தூங்குவதாக
பாவித்துக்கொண்டேன்
தேவையில்லாத அக்கவலை
புறமுதுகிட்டு
புரண்டு படுத்துக்கொண்டது
இப்போது பிரச்சனை என்னவென்றால்
என்மீது அதுவோ
அதன்மீது நானோ
விடியும் வரை கால்போடாமல்
இருக்கவேண்டும் அவ்வளவுதான்

●

மெல்லப் புறப்படுகிறது இரயில்.
கவனம் கவனம் தண்டவாளம் மீதே.
அதையோ நீ
வளையல் பூச்சியில் நினைவு கூருவது வீண்.
இருபுறமும் திரண்டு
பின்னங்காலிட்டு நீண்டோடும் வெளியை
ஏன் அறியாயோ அறியாயோ,
நடுமனே வெறுமனே ஒரு காட்சியாகி
அமர்ந்திருக்கும் நீ.

வீட்டின் மீது நம்பிக்கை இல்லாமல் இல்லை
சாளரங்களை உள் தாழிட்டான்
சாளரங்கள் மீது நம்பிக்கை இல்லாமல் இல்லை
கதவை அடைத்துப் பூட்டிட்டான்

பூட்டின் மீது நம்பிக்கை இல்லாமல் இல்லை
ஒருமுறை தன் பலூ திரட்டி இழுத்துப் பார்த்து சாவியை
கையோடு வைத்துக்கொண்டான்

வீடு,
சாளரம்,
கதவு,
பூட்டெல்லாம்
சாவி மீது ஒளவிதமானதுகள்.

சாவிக்கு அவன் மீது
நம்பிக்கை இல்லாமல் இல்லை.
சமீபத்தில்தான்
அதன் டுவிங்சை
அவன் தொலைத்துவிட்டிருந்தான்

•

வைடுரியம்

ஒரு வைடூரியத்தை
உயர்ந்த கீரிடத்தில் பொருத்த
சபை சபைகளாக
காலமாய் காத்திருந்து
யாவரும் அதை கூழாங்கல்லென்றே
மறுதளிக்க
தன் சப்பாத்தின் கழுத்துப்பட்டைப் பொட்டில் பதித்து
நடக்கவிட்டான்.
வழியெங்கும் அதன்மீதே
விழுந்த வண்ணமிருந்தன பரவசப் பார்வைகள்.
கீரிடமொன்று அதை கையிலெடுத்து
சப்பாத்திற்கு சொந்தக்காரனை
தேட ஆணையிட்டது.
ஆனால் பாருங்கள்,
அன்றைக்கெல்லாம் அவன்
வந்துவந்து போயிருந்தது
வந்துவந்து போயிருந்ததுதான்.

•

காலி

வழிந்துவிட
சரியாக ஒரு சொட்டுதான் வேண்டும்
அதையும் நிறைத்துவிட்டேன்
இப்போது
உள்ளதிலும் கொஞ்சம் கூட்டிக்கொண்டு
வழிகிறது மேலதிகம்.
எப்படி
என்னுடையது என்னுடையது தானோ
அப்படித்தான்
என்னுடையது
என்னுடையதுமில்லை.

அந்த வறிய குடியானவன்
தன் மனதை நான்கு பாகமாய் பிரித்துக்கொண்டான்.
ஒரு பாகத்தில் பிரமிப்பின்மை
இன்னொன்றில் அறியாமை
மற்றொன்றில் எதிர்வினையின்மையும்
நிரப்பிக்கொண்டான்
மீத பாகத்தை காலியாக வைத்துக்கொண்டான்
அதில்தான் எல்லா பூரணங்களும்
மேலும்
கீழும்
மேலும்
கீழும்
வழிகிறது
வடிகிறது
வழிகிறது
வடிகிறது

•

பெண்

நாள்தோறும் உன் ஆடைகளிலிருந்து
பட்டாம் பூச்சிகளும் பறவைகளும்
பிதிர்ந்து செல்கின்றன

ஒருவன் கால்பந்தை உந்தி உந்தி
வெளியேறுகிறான்

முத்தம்
சில சொண்டுதிர்கின்றன.
நீ கோவிலொன்றைக் கடக்க
சாத்தான் தன் தலையைப் பிய்த்துக்கொண்டு
இறங்கியோடுகிறது

கண்ணீர் ஒருசில கண்களை நிலம் சிந்துகின்றன

விவசாயி ஒருவர் கட்டுமானப் பணிமனையொன்றைப்
பார்த்துச் சும்மாடு முடிந்து
சித்தாளாக ஆயத்தப்படுகிறார்

"இந்தி தெரியாது போடா" என்ற
எழுத்துருகள்
இரயில்வேயின் அனேக அயல் மாநில ஊழியருக்கு
புரியவைக்க ஒவ்வொன்றாய்
உதிரத் தொடங்க,

உன்னாடைகளில் உடன் வந்த
உன் துணைகள் ஒவ்வொன்றுக்கும் ஆயிரம் பிரச்சனைகள்,
அலுவல்கள்

உன் வாழ்வின் மாந்தர்களைப் போலவே
உனக்கென எவரும் உதவுவதற்கில்லை

அதற்கென அலமந்திடாதே
ஒன்று செய்.
தற்காலிகமாக நீ உன் ஆடையை மட்டும் நம்பு
அல்லது
உன் நிர்வாணத்தின் நிரந்தர நிலையாமையை.

●

ஓர் ஏழை எஜமானும்
பரம விசுவாசியும் தான்
அவனும் அந்த நாய்குட்டியும்.
அது விரட்டும் அவன் துரத்துவான்

நிழல் வேயும் ஒரு மரத்தடி நின்று
சாலையைக் கடக்கத் திணறுவர்
அவன் முந்த, அது பிந்த
அது முந்த, அவன் பிந்த
அங்கேயும் ஒரு விளையாட்டு.

இப்போதெல்லாம்
தனியேதான் அச்—சாலையைக் கடக்கிறான்
செவலை நிறத்து இலைச் சருகுகள்
சுழன்று சுழன்று அவன் கூடவே புறண்டோடுகின்றன

திரும்பாமல் ஒரு கணம் நின்று
கவனம் குவிகிறான்
அது அதே காலைச் சுற்றும் ஓசைதான்.

•

நினைவிழத்தல் மீதொரு முத்தம்

வீதியின் ஒவ்வொரு வீடும் தனக்குரியவர்களை
வேட்டையாடிக்கொண்டிருக்கும்
பொதுவான பயத்தின் மீது ஞமலிகள்
குரைப்பொலி சாட்டிக்கொண்டிருக்கும்
கூரை மீது விழுந்த ஒரு திடமான கல் அவ்வப்போது
பொதுவான எதிரியின் கைக்குத் திணிக்கப்படும்
கோரப்பசிக்குத் தப்பும் இரை போல
வீறிட்டோடி மறையும் வாகனங்கள்
அந்தப் பக்கம்தான் ஆபத்தென்பது போல்
சுற்றுப்புறமெங்கும் நுணலரவம்
இவைதானே இரவின் மீது வீணே
புகட்டிய அச்சப்பழி
ஆயினும்
நீங்களேதான் அதையொரு
கரும் பூனைக்குட்டியாக்கி
மனதோடதற்கு பாலையும் வார்க்கிறீர்கள்
விடியும் வரை விழித்திருக்கும் உம்
தனிமைகளின் சாட்சிகளில் தொடர்ந்ததன் நிரபராத
கண்ணொளிப்பு
மினுமினுத்துத்துக் கொண்டே இருப்பதை
நீங்கள் ஏன் மறுக்கிறீர்கள்
நாளின் இறுதியாக வீட்டின் சுழிய வாட்ஸ் விளக்கில்
உங்கள் பார்வை கவியும் தருணத்தை
சற்றே நிதானித்து நினைவு கூர்ந்து பாருங்கள்
உங்கள் நெற்றியில் லேசாக முத்தமிட்டு
இதமாக அது தட்டிக் கொடுத்ததை உணரலாம் தானே.

•

நிழல்

நான் ஒருபோதும் வீழ்ந்ததில்லை
என் நிழலே பணிகிறது
ஒருநாள் நிழலின் சடலத்தை
தூக்கிக்கொண்டு போனார்கள்
என்னைச் சுற்றி ஒரு வரைகோடு
"குற்றாவாளி" என எழுதப்பட்டது;
பொசிஷன் குறிக்கப்பட்டது;
அப்போது மழை கூட இல்லை
யாதொருவரின்
கண்ணீர் துளிகளையும் போல்.
நிழலின் இரத்தம்தான் பா...வி,
ஒருவாறாக அக்கோட்டினை எரித்தழித்தது.

சமர்த்தனான கவலை

ஒரு மலினமான கவலையை டக்காகக் கொஞ்சி ஞாபகப் புறவெளியில்
தொலைத்து விட்டு வந்தேன்
என் மனக்கதகதப்பின் வீச்சத்தை நுகர்ந்திருந்த அது எப்படியோ மீண்டும் என்னிடமே வந்துவிட்டது

குளுப்பாட்டி வைத்த என் மன வீட்டுக்குள்ளே வாலைக் குழைத்து குழைத்து நிரபராத முகத்தோடு என் கால்களை நக்கி
"என் எஜமானனே..." என்றேகுகிறது.

இனி கல்லெடுப்பதா? கறி போடுவதா? என்ற
ஒரே குழப்ப வெறியில் கொப்பூழ் சுற்றி
ஊசிகள் போட்டுக்கொண்டேன்

சோகம் கூட்டி
கலிழும் கிளிசரின் கண்ணீரோடு
என் தலைமாட்டிலேயே படுத்துக்கொண்டு என்னிடம் தொடர்ந்து
பரிதாபம் சம்பாதித்துக்கொண்டிருக்கும்
இவ்வெகு சமர்த்தனான என் அகவஸ்து கவலை
என்னைத் திரும்பி பார்க்க வைக்க
விண்ணுலக வீதியின் விளிம்பு வரை
வந்து சோதிக்கும் வல்லமை கொண்டதென்பதை
அதன் வாலசைவில் நானறிவேன்.

•

பெரிய பெரிய வாகனங்கள் மறையும் வளைவான இடத்தில் முடிகின்ற சாலையை இன்னும் கொஞ்சம் நடந்து சென்று பார்க்கிறேன்

அது இன்னும் கொஞ்சம் தள்ளி முடிகிறது.
இருந்த இடத்திற்கே திரும்ப,
அது அங்கிருந்தே எட்டி எட்டிப் பார்க்கிறது

என் வீட்டினருகில் நாய்குட்டியொன்று
பெரிதாக வளர்ந்துவிட்டது
அதற்கு என்மீது என்னமோ போல் ஒரு பார்வை

இப்போதெல்லாம் தூரதூரமாகச் சென்று மேற்படியது
அப்படித்தான் பார்க்கும்.

•

ஆறேழு நாய்க்குட்டிகள்
பாலுண்ணுகின்றன.
புழுக்கள் நெண்டும் நிசப்தமான ஆவேசத்தை அசட்டையிட்டபடி
அழுகிய பழம் போன்ற நாய் எழுந்து போனது
தன் புட்டத்தை போட்டு
அது குந்தியிருந்த இடத்தைப் பார்த்தேன்
இடத்தையே... பார்த்துக் கொண்டிருந்தேன்
என் மூளையைப் புதைக்க அதுதான் கச்சிதமான குழி.

●

தாகச்சுருக்கு

i

உணர்ச்சிக்குத்தான் பரிசு உடலுக்கல்ல
மனம் புணர்ந்த மிச்சத்தைத் தான்
ஒரு தனிக்குறி உறுப்புக்கு
என்னை நியமிக்கிறது மூளை நரம்பு
அதன் போக
உபயோகப் பொருளாய்
நான் என்றோ
அல்லது
என் காமம் என்றோ ஏதுமில்லாத காயம் நான்.
சுவையில்லாத பிஸ்கேட்டில்
பிஸ்கேட் இருந்த பிஸ்கேட் கவரில்
என்ன இருக்கிறது?

ii

இப்புணர் குறியின் பரவச நரம்பு
எப்போ...தும் ஏன் ஜூமித்து வெடித்து,
ஏகிவிடும் போன்றுள்ளது.
ஒதுக்கத்தில் அது
மெல்ல மெல்ல ஒரு மலப்புழுவாக

சீசனம் விட்டு இறங்குவது போன்ற போதுதான்
இம்மனத் தினவுக்கு
எவ்வளவு ... நெடி
எவ்வளவு தாகச்சுருக்கு
எத்தனை கயமை பாவம்.

iii

குளிகுளிப்பிற்கான ஈத்து மாட்டின் மூச்செறிதலாய்
என்னுடலை இதன்மேல் பத்தி இறுக்க முடியாதபடிக்குக்
கட்டிக்கொண்டு,
சொப்பனத்தில் உருண்டு புரண்டு
உறங்குகிறேன்.
அச்சுகம் இடறும் சச்சமயம்,
தப்பிப் பிழைத்து;
கால்மாட்டில் துவண்டு;
கசங்கலாகிப் போன
தலையணைக்கே நறுமணம்.
நன்கு அலசப்பட்ட கருவாட்டு நீரின் நீச்சமொத்த
என் மனக் கைமதுனத்தின் திவ்யம்.

iv

நிலையற்றச் சுவைக்கு ஊறும் சல்லே..
நீ உனை விழுங்கிக்கொள்ளும் போதும்
உனது இருப்பை
அறிந்திருக்காதது ஏன்
மல்லாந்து,
மிகத் துல்லியமாய் உமிழ் உனை.
கூடைப்பந்தை தானே விளையாடிக்கொள்ளும் கூடை போல
இப்படியொரு விளையாட்டு
உனக்கிப்போது அவசியம்தான்.

●

அலைச்சறுக்கு வீரன்

படிக்கட்டுகளில் இறங்குவது போல ஓடின குட்டிக் கால்கள்
நான் தலை சாய்ந்து
ரசிக்கும் பக்கமாகவே விழப் போகிறான்
பிடித்து நிறுத்த என் தரப்பில் சாத்தியமேதுமில்லை

என் சரிந்த தலையை நிமிர்த்தி
காட்சியை ஓரளவு நேர் செய்தது சற்று சமயோஜிதம்தான்

ஆயினும்
அதில் என் பங்கு ஏதுமில்லை
பதறும் அன்னையென
நிலமடந்தைதான் துணையாய் வந்தாள்
அந்நேரம்
"ஓர் அலைச்சறுக்கு வீரனாக
வல்லமை தந்தோம்" என்றருளினாள்.

பார்வைப் போலி

ஒரு சிற்றெறும்பு
பளுவானதொரு உணவுப்ப ருக்கோடு,
தன் கடினப் பாடினை
மேலும் கனமேற்றிக்கொண்டிருக்கும் நிகழ்வது
ஏனதில்
ஒரு நொய்மையை
தன் வசதிக்குச்
சித்திரப்படுத்திக் கொள்கிறது பார்வைகள்.
வேடிக்கைக்கு அவ்வளவுதான் தகும்.

•

90s ரஜினியின் போலி

பசியின் வரவு செலவை நான்தான் கவனித்து வருகிறேன். இன்று ஏனோ அதனிடம் ஆலோசிக்காமல் 12 மணி வயிற்றின் பேச்சைக் கேட்டு மதிய உணவு வேண்டாமென்று விட்டேன். பின்தான் தொற்றியதொரு பதற்றம். பசி ஒரு கொடிய தொழில்முறை எதிர் தலைவன்

அதன்கீழ் மணிக்கொரு கைத்தடி வயிறு ஒவ்வொன்றும்
மூர்க்கத்தின் படிநிலை குணங்களால் ஆனவை.

ஸ்கெட்ச் போடப்பட்ட சம்பவத்திற்கானவனாய் எனை
கண்காணித்துக் கொண்டிருந்தது ஒரு மணி வயிறு.

சரியாக 2 மணி வயிறோ ஒரு தூரத்து எதிரியாக

யூகிக்க முடியாதபடி திட்டத்தை நிறுவி நின்ற இடத்திலேயே நிற்க, அது அசந்த நேரம் ஒரு சொம்பு தண்ணீர் குடித்து எப்படியோ தப்பித்தேன். ஆயினும் 3 மணி வயிற்றிடம் எந்த போக்கும் செல்லவில்லை

அது நொடிக்கொரு தன் துணையாட்களை அனுப்பியனுப்பி
எனை தாக்கிக்கொண்டே இருந்தது

அந்த அடி, உதையில் பின்னங்காலிட்டு ஒரு டீக்கடை வாசலில்
போய் விழுந்தவன்தான். எழுந்து ஒரு "டீ"யடித்தேனா
அவர்களையா தெரியவில்லை 'செம்மை அடி'. தலைவன்
பசியைக் கூட்டிவர அத்தனையும் கூட்டமாய் ஓடின. வெகுவாக
பசியின் எதிரியாகி அங்கேயே காத்திருந்தேன், வீண்
போகவில்லை.

பசியொரு 90s ரஜினி படத்தில் வரும் உச்சக்கட்டக் காட்சியின்
பூதாகர வில்லனாய் அசைந்தசைந்து வர,

கடைக்காரரிடம் கையை நீட்டினேன் புரிந்தாற் போல்

ஒரு ஃபில்டர் சிகரெட்டை வைத்தார். ஸ்டெய்லாக அதை
தூக்கிப் போட்டுப் பிடித்து வலிவலியென வலித்து...

இதற்குமேல் சொல்ல என்ன?
பட்டினியின் போதெலாம் ஒரு தொடர்பு கைக்காரனாக மாறிக்கொண்டிருக்கும்
90s ரஜினியின் போலியேதான் நான்.

•

குரல் தந்து உதவுதல்

பேசவே முடியாதளவு தொண்டை வலி.
இவ்வளவு மழையில் நனைந்தும்
வழக்கமாக வீட்டு வாசலில் வாசம் செய்யும்
நாய்க்கு ஒன்றுமில்லை.
பொட்டாட்டம் படுத்திருந்தது.
வேலைக்குப் புறப்படுகிறேனென தடவிக்கொடுத்தேன்.
போய் வா என்பதுபோல் அதனிடம்
குரைப்பேதுமில்லை.
அதன் குரலையே சிந்தித்துக்கொண்டிருந்தேன்
தொண்டையில் அதன் கரகரப்பே உறுத்திக் கொண்டிருந்தது
அன்று யாரிடமும் அவ்வளவு பேச்சில்லை
சமிக்ஞை தான்.
வீடு திரும்பியதும் "சாப்பிட்டாயா?" என
கேட்டு வாய் திறந்ததுதான் தாமதம்,
எதையோ என்னிடம் "லபக்"கென வாங்கி
விழுங்கிக்கொண்டதுபோல் "லொள் லொள்" என்றது.
அம்மா ஆசுவாசப்பட்டுச் சொன்னாள்
"ப்பா... இப்பாவாவது குரைத்தாயே!".

•

விதைப்பறவை

*சு*ம்மா இருக்கும் வானத்தைக் காண
சுகமாய் இருக்கும்
அந்த சுகத்தில் பறவைகள் சுற்றித் திரிவதில் ஏதோ
ஒரு மயக்கம் எனக்கு
சும்மா இருந்த ஒரு பொழுதில்
இந்த "சும்மா" என்ற சொல்லின் தலை தடவி
மென்னுடல் வருடி
பட்டாக ஒரு முத்தமிட்டு பறவைகளோடு குலுக்கிப் போட்டேன்
வானுக்கு
போன வேகத்தில் முன்கடை வந்திறங்கி
குத்துக்காலிட்டது போல் வெகு குட்டியாகக் குந்தியது
அப்படியும் இப்படியுமாக தலையை பெராக்கிட்டது
அதிலொரு குறிப்பில் கட்புலன் துலங்கப் பார்த்தேன்
நீங்களுமதை பார்த்திருக்க வேண்டும்!
குமிண் சிரிப்பும் பனித்த சிறு இலைகளுமாய்
என்னையே... பார்ப்பது போல் பார்த்துக்கொண்டிருந்தது
சும்மா சும்மா ஒரு குட்டிச் செடி.

●

பட்டினியோடுதான் இந்த நாளை ஓட்ட வேண்டும் என்றபோது
அருவருப்பான ஒரு காட்சியை
பசிக்கும்போதெல்லாம் கற்பனை செய்துகொண்டேன்
போகப்போக
ஒரு சிறிய ஹார்ன் பெரிய வாகனத்தை வம்பிழுப்பது போல
வயிற்றுக்குள் ஒரு சத்தம்
வேறு மார்க்கமற்று
அந்தக் காட்சிக்குள் நைசாக எட்டிப் பார்த்தேன்
திட்டமாக ஒரு நோட்டமிட்டேன்
அப்படியே மெல்ல எட்டு வைத்து
உள்ளே போனேன்
பசி கண்மூடி திறப்பதற்குள்
சோறெனக் குழைத்தடித்தேன் அக்காட்சியை.

●

திடுமென
பக்கத்தில் வந்து நிற்கிறான்.
"எனக்கு எப்படி இருந்திருக்கும்"

அதை அப்படியே
வரவழைத்துக் காட்டினாள்
ஒருகணம் நான் "உய்திர் போலும்".

.

நான் யாரையும்
சம்பாதித்து வைத்திருக்கவில்லை.
என்மீது எல்லோருக்குமே
ஒரு மௌனம் மட்டும்
உண்டு.

முதல் பெக்கில் போதைக்குத் தானொரு பாம்பென்று
தெரியவில்லை
உற்சாகமாக அதன் குட்டிகளைப் போல் நெளிந்து நெளிந்து
களித்தது

ரெண்டாவது பெக்கில் நிமிர்ந்தும் மண்டியிட்டும்
ஒரு நிலைக்குப் போராடியது

மூன்றாம் சுற்றில்
நிக்கோடினின் ஊதலுக்கு ஆட்பட்டு
"உஸ்..ஸ்..."ஸென அரவமிட்டது

உருவிய வாளென தீபம்
வீரம் உருக உருக
தன் உறையைத் தேடுவது போல்
நான்காம் ரௌண்டில்
வாலொடு தலையையும் சேர்த்து சுருட்டிக்கொண்ட போதுதான்
அதன் நினைவுக்குப் பட்டது

"தானொரு இரப்பரோ
பாம்பு மாத்திரையோ அல்ல பாம்பெ"ன்று

தன்னை கொண்டுபோய் "காட்டில்" விடச்சொல்லி தவ்வத்
துவங்கிய போதை
உச்சரித்த
சிறு... தவறு கேளாய்

'காடு' எனும் சொற் பிசகலில்
"கா"னாவிற்கு பதில்
"வீ"னா வை போட்டு விட்டது.

•

இலைத்தண்டு
நேற்று ஒரு திசையில்
தன்னைப் பார்த்துக்கொண்டிருந்தது

இன்று மறுதிசையில் தன்னைப் பார்த்துக்கொண்டிருக்கிறது

நேற்று பார்த்த முகம்
இன்று முதுகாக
இன்று பார்க்கும் முதுகு
நாளை முகமாக
மாற்றிக்கொண்டே இருக்கும்
சிறிய செடிக்கு

களைந்துகொண்டே வரும் குறைகள்
அதன் சிரத்திலொரு
பூச்சூட்டி அழகு பார்க்கிறது.

ஒரு பனித்துளி மெல்லக் குலைந்து
பொடனி வளைந்து வேரின் தாள் நோக்கி ஓடுகிறது
விருட்டென்று.

●

அழைப்பு

நான் உண்ணும் முன்
சுடச்சுட இலையை
உண்டுகொண்டிருந்தது உணவு

பசியாறட்டும் என்றே
சற்று சும்மா இருந்துவிட்டேன்.

இப்போது உண்ணலாம் தான்
அதற்குள்
முறுக்கிக்கொண்டு அத்தனை தூரத்தில் போய்க்கொண்டிருக்கும்
என் பசிக்கு
(சமாதானம் கிடக்கட்டும்)
எவ்வளவு சத்தமாக சமிக்ஞை செய்வது

●

அவளை எல்லோரும்
சொப்பனிக்கிறார்கள்
கற்பனிக்கிறார்கள்
அவள் ஒரு "கவிதை,
மயிரு, மட்"டென்கிறார்கள்
நான் என்ன சொல்ல வருகிறேனென்றால்

இப்போது
அவள்
1001வது கட்டுக்கதை

அவளின் 1000வது கதையில்
சிறிய கதாபாத்திரமும்
கதைச் சொல்லியுமாக
நான் இருந்ததால் இதைச் சொல்கிறேன்

மற்றபடி
அவளின் 999 கதைகள் பற்றி
எந்த ஐடியாவும் எனக்கில்லை.

●

மாக்கனழகு

கைகளை பின்னே கட்டிக்கொண்டு நடக்கிறாள்.
அது ஒரு விளையாட்டு போல் தெரிகிறது.

"வெளியை" எவ்வளவு நெட்ட முடியுமோ நெட்டி வீழ்த்த
விழைகின்றன அவள் விரும்பி உடுத்திய மாக்கானழகு முலைகள்

களம் காணா ஓர் அனுபவன்,
குறுகுறு வேடிக்கையன்,
கடைசிவரை சொல்லிக்கொள்வானே
அப்படித்தான்
சற்றுத் தினவு மேலிட சீரியசாக சொன்னானவனும்

"ஐயோ... ஐயோ...
இந்த விளையாட்டில்
நானிருந்திருக்க வேண்டாமா.."

ஆயினும் பாருங்களதில்
'அ' பாவனையின் போதெல்லாம்
வடிவேலுவின் குரல் சற்று voice overராகி விடுவதை அவன்
கவனித்தானில்லை.

•

Feel Good காற்று

அத்தருணத்தில்
சிகரெட் பிடிக்க வாய்க்கவில்லை.
அங்கொரு நிழல் வேய்ந்த திருணையில் அமர்ந்திருந்தேன்

அப்போதொரு சூழல்
ஏதோ ஒரு வேடிக்கைக்கெனை இருத்திச்
சமைத்துக்கொண்டிருப்பதாகப் பட்டது

டென்ஷன் மெல்ல வடியத் தொடங்கியது
எங்கிருந்தோ ஒரு குருவி "ஜூட்" என்பது போல் சீழ்க்கையடிக்க,
எனை தொட்டு நளினமாய் வருடிப் போனது,
சின்னஞ்சிறு கைகளேதான்.

(உணர்வதற்கோ அதை Feel Good காற்றென்கலாம்.)

ஏ... குருவியே நும் விளையாட்டில் நானும் கலந்தாடிட உன்
சிற்றிறகில் ஒன்றை
எனக்காக நீ பிதிர்க்கக் கூடாதா!
ம்ம்!

•

த்தா... Fuuuck

ஒரு தெரு நாயிடம் கடி வாங்கியவன்
அடிப்பதற்குள் ஓடிவிட்ட அதன்மீது
ஆத்திரம் தாளாது
அதற்கோர் உரிமையாளனை சித்திரித்து
வம்பு வளர்க்கிறான்

ஆங்காரம் தணிய
அது அவனிடமே வருகிறது உணவுக்கு

காயத்தை ஆற்றியபடி வெட்ட வெளியின் கை பிடித்து
மன்னிப்புக் கோருகிறான்.

நாயின் கன்ன மருங்குகளில் முன்னும் பின்னும் காற்றால்
அறைந்துவைக்கிறது வெளி

அதன் மூர்கத்தை முழுதும் உள்வாங்கிய நாய்
கண்களை இருட்டிக்கொண்டு
தலையை அண்ணாந்து
"த்தா... fuck you" என்பதுபோல்
அப்படியொரு ஊளையிடுகிறது

அதன் நாசியில் புடைந்து கசிகிறது
யார் தொண்டையயோ கவ்வியதாகப் பட்ட குருதித்துளி.

ஏதன் மீதோ
குறிப்பாக இதன் மீதென்றும்
அதன் மீதென்றும் சொல்வதற்கு நம்பிக்கையற்றுப் போகிறது.

அப்போதெல்லாம்
T.R.ராஜகுமாரியின் ஒரு வசன சந்தத்தில்
“அப்படியெல்லாம் யோசிக்காதே...
இதோ.. என் குரலைக் கொஞ்சம் வாங்கிக்கொள்” என
மூளையின் முற்றத்தே கிசுகிசுப்பாயே

குளியலறையில் மழையின் தனியறையாவாயே
ஓர் இல்லாததின் இருப்பாகுவாயே

எங்கிருந்தோயிருந்து கசிந்தொழுகும்
ஒரு திவலையின் கோஷமிடுவாயே
என்னினிய
கீ...ச்
கீ...ச்சே...

சைதாப்பேட்டையில் விஸ்வரூப அடுக்ககத்தின்
17வது மாடி மொட்டை மாடியாம்
அங்கிருந்தபடி

இ—க்கோடை
அங்கமெலாம் தீயாக்கி சுட்ட போதிலும்
நட்டநடு மத்யத்தில் முன்வழுக்கைக் கொப்பளிக்கத்
உனை தேடுகிறேன்

இப்போது நீ எங்கே...?
சொல் சொல்
கீச் கீச் சென் கீச்சம்மா....

•

Organic

வெகுவாக ஒளியேந்திய கண்களில்

கனிவான சொல்லுதிர்க்கும்
புன்னகை தவழவிடும்
முத்தங்கள் பதிக்கும்
சொண்டுகளில்

மேலாக

உதவி வேண்டுவன எல்லாவற்றிலும் நுழையும்
பாதுகாப்பென பந்தோபஸ்து காட்டும் மூக்கினில்
என
அவனுடலிலின் எ—ப்பாகத்திலும் அடையலாம் ஒரு
க்ளிஷேவான அன்பை

ஆயினும் அவன்
அந்நேரத் தலைவன்
இதயக்குறியில் விடும் அந்நேர அம்பை
நான் பொலிக பொலிக வென ஏந்திக்கொள்ளும் புணர்வில்
என் கால்களாளும் கைகளாலும் அணைத்துக்கொள்ளும் உறவில்
நான் அடைவதுதான் அன்பு
அவனிடம் இல்லாத அன்பு
நான் தவற விட்டுவிடாத அன்பு
மற்றபோதெல்லாம்
போடா டே க்ரிஞ்ச் பயலே என்பேன்
முகம் கோணாது சிரித்துக்கொள்வான்.

•

சுடர்மணியே...

பசியில் கைகள் நடுங்குகின்றன ஆண்டவரே.

சாம்பார் பாக்கெட்டின் கழுத்தை இறுக்கியிருக்கும் நூற்பாம்பை போல்

சமயம் பார்த்து எனக்கு கருணை மறுக்கப்படுகிறது இறைவா.

மூச்சு முட்டுகிறது மீட்பரே.

மதுபோதை தீவிரமடையும் குடிகாரன் போல் உன்
பாதக்கமலங்களால் ஒருமுறை என் நடுமுதுகை நச்சென உடை
தேவா.

முழந்தாளிட்டுக் கிடக்கும் என் பட்டினி முன் நான்
நிமிர்ந்து நிற்க எனை
தூக்கிவிடு கர்த்தாவே

ஒலிவ இலையை புறா கொத்திக் கொண்டென்னிடம்
வாராதிருக்க
வழி செய் சுடர்மணியே
வழி செய்வாயாக...
மேலானவனே.

•

எளிய ஃப்ளேவர்

சந்தோஷம் ஒரு சுவை
துக்கம் ஒரு சுவை

சுவைகளை சுத்திகரிக்கச் செய்யும் சுவையொன்று உண்டு

நான் அதை தண்ணீரென பருக
ஆண்டவரே...
உம் குடத்தைக் கொஞ்சம் சாய்த்துக் கொடுங்கள்.

காவல்

விழிப்பு கலையாத நள்ளிருட்டில்
பார்வையை ஒரே அறையாக அறைவது போல
சொடுக்கப்படுகிறது வெளிச்சம்.

இதுவரை திகிலென்றிருந்த இருள்
திகிலே இல்லை
அது ஒரு காவல்
பனிக்குடத்தில் படுத்திருக்கும் தனிமை

அது உடையும் போதுதான்
எனக்குத் தாங்கவில்லை.

●

இறுதி ஊர்வலத்தின் இசையை
பின்தொடர்ந்து கொண்டிருக்கிறது
அந்தரத்தில் மிதந்தபடி ஓர் இறகு
அது
சிலகாலம் முன் ஒரு சிறகிலும்
அச்சிறகு ஒரு பறவையிலும்
அப்பறவை ஒரு முதுகிலும்
அம்முதுகு
இப்போது
பறையிலும்
பின்தொடர்ந்து கொண்டே...யிருக்கிறது.
கெச்சட்டம் ஓய்ந்தது
இறக்கி வைக்கப்பட்ட பறையிலிருந்து
இறங்கி ஊர்ந்து மேலேகிய இசை
இறகுடன் மயானம் கடந்து போய்க்கொண்டிருக்கின்றன
எங்கேயோ... காற்றில்.

ஒரு ரட்சகன் உதயமாகினான்

யாரும் எதிர்பாரா தருணம்
எந்த அறிவிப்பும் இன்றி
தன் அம்புராதூளியிலிருந்து
சரம் சரமாக மழைமேகங்களை தொடுத்துக் கொண்டிருந்தது
வானம்

மக்கள் அபயம் அபயம் என்றவாறு
என்னை நோக்கி பின்நகர்ந்து வர
எனக்கென்ன என்பதாக நான் முன்னேறினேன்

(பார்ப்பதற்கு அக்காட்சி என்னை தானைத் தலைவன் போல்
இருத்தியிருக்க வேண்டும்)

வழக்கம் போல் சிகரெட்டைப் பற்ற வைத்தேன்
அசட்டையாகக் குடித்துக் குடித்துப் புகையைப்
பாய்ச்சிக்கொண்டிருந்தேன்

அஃதென்னவென்றால்
குழந்தைகள் ஊதி விளையாடும்
நுரைக்குமிழிகள் போல் ஸ்லோ...மோஷனில் மேலே மேலே
ஏகிக்கொண்டிருக்க

விறுவிறுப்பாக அங்கே அப்போது நிலவியதோர் பூரண அமைதி

முடிவு தெரிவதற்குள் ஒருவன் குரலெழுப்பினான் கூட்டம்
சலசலப்பானது
எல்லோரும் கற்களைப் பொறுக்குவதற்குள்
நல்லவேளை
வானம் ஆனது நிராயுதபாணியாய்.

•

செல்ஃபோனை எடுத்து
என்னொரு தொடையில் வைத்துக்கொண்டு
தேநீர் சிகரெட் சமேதமாய்
அதில் கவிதையொன்றை வாசித்துக்கொண்டிருந்தேன்

வாசித்ததும்
செல்ஃபோனை ஜேபியில் வைத்துக்கொண்டு
அந்தக் கவிதையையே
சப்புக் கொட்டிக் கொண்டிருந்தேன்

பிறகு அகஸ்மாத்தாக
எந்திரித்தேன்
மடியிலிருந்த மொபைல்
கீழே விழ,
பதறித் துடித்துப் போனது
ஜேபியில் இருந்த மொபைல்.

Thank you ப்பா...
நீ ஒன்னுமே பண்ணல

தெய்வத்தின் வதனத்தில்
ஒன்றுமே தெரியாதது போன்ற
ஓர் அம்சம் உள்ளது

அதில்
எதுவுமே நடத்தித் தராதது போன்ற
ஒரு பயனின்மை உள்ளது

நான் அதனிடம் தான்
"நன்றி நன்றி" என
மனமுருகிக் கை கூப்புகிறேன்.

•

அதற்குள்
ஓஓஓ...டி வந்து ஏறிவிட்டேன்
இரயிலில்.

இன்னும்
மீதமுள்ளன
ஓட்டம்.

அதை கொஞ்சமும் மிச்சம் வைக்காமல்
செலுத்திக்கொண்டிருக்கிறது
என் நெஞ்சின் மீதெனது கால்கள்.

●

வேகமாக வைத்தால்
களைப்பாகச் சுற்றுகிறது
மெதுவாக வைத்தால்
சுறுசுறுப்பாகச் சுற்ற முயற்சி செய்கிறது
தலைக்கு மேல் காலச்சக்கரம் போல் சுழலும் மின்விசிறி.
இந்த நட்ட நடுநிசியில் அது
எதையோ கோடிட்டுக் காட்ட
என்னமோ... புரிந்ததாகப் பட்டுவிடுகிறது
இந்நடுத்தர வயதுக்கு.

●

Once Upon a Time I was-----

பரிட்சயமற்ற ஒன்று
அறைக்குள் நுழைவதாகப் பட்டது
மூடியிருப்பதாகப் பட்ட கதவினை
எட்டிப் பார்த்தேன் கதவே இல்லை
அது நெருங்க நெருங்க
சுற்றும் முற்றும் பார்த்தேன்
அறையே இல்லை
அது நெருங்க நெருங்க
ஆயிரம் அபிநயம் புரியும் தருவென
நினைவுகள் கிளையுற
நானே அங்கில்லை
திட்டென விழித்தேன் அதனுள்
கண்களைத் துலக்கினேன்
சுவரில் மாட்டப்பட்டிருந்த,
ஒரு பழைய புகைப்படத்தின் முன் எனை
 கொண்டுபோய் நிறுத்தியதது
உறுத்துப் பார்த்துக் கொண்டிருந்தோம்.
நம்பும் படியற்று
நாங்களதில் சிரித்தும் கொண்டிருந்தோம்
வெகு திருத்தமாய்.

ஈருடலி

உயிரோடு அப்படி கட்டிப் புரண்டுகொண்டிருந்த
ஈருடலில் ஒன்று

ஐஸ்கிரீம் கப்பிலிருந்து பிரித்தெடுக்கப்படும் அட்டை காகிதம்
போல தன்னை
நைசாக விடுவித்துக்கொண்டு
வந்துவிடுகிறது

நீர்
நிலம்
நெருப்பு
காற்று
வானமென
தன் உலகை அப்படி
தளர்த்திக் கொள்கிறது

கட்டாந்தரையை முதுகின்
குஷன் நாற்காலியாக்கி விளையாடும்
சிசுவைப் போல்
எதனிடமோ தனியா... ஜம்பம் களிக்கிறது
பினர்
பேசாது Freeயாக படுத்து விடுகிறது

படுத்து விடுகிறது என்றால்
தனியே உறங்கி விடுகிறதா
என்றால்
அதுதான் இல்லை.

●

கேள்வி கேட்கப்படுவதில்லை என்பதால்

அலுவலகத்தில்
திடீரென A4 Sheets தீர்ந்து விடுகிறது
அப்போது எல்லோர் கவனமும்
வேடிக்கைகளுக்கு நர்வெஸாகாத வானம் போன்ற
ஒன் சைட் பேப்பர் மீது திரும்புகிறது

இதுபோல பல தடவைகள் நேர்ந்துள்ளது

அப்போதெலாம் மூச்சுக் காற்றிடமிருந்து கைக்கெட்டுந் தூரமும்
தப்ப முடியா.. இளவம் பஞ்சு போலது அகப்பட்டு விடும்

தான் யாரென்று காட்டவே
இம்முறை "ஒன் சைட்" தக்கச் சமயம் தப்பிப்பதென்று
நெடுங்காலம் வகுத்த சுதாரித்தலில் முடிந்த மட்டும் நன்கு
ஏற்பாடாகியிருந்தது

அவசரமாக அதை தேடும் வேலை
முடுக்கிவிட பணியாளர்கள் துரிதமாகிப் பரபரத்தனர்

சின்னஞ்சிறு கைகளால் கண்களை மூடி
தன்னையே ஒளித்துக்கொள்ளும் குழந்தை போல
அது எழுத்துருகள் நிரப்பப்பட்ட பக்கத்தின்
பின்னால் ஒளிந்திருந்தது

அதற்கு நிராகரிப்பு பற்றி எந்த தாவாவுமில்லை
புறக்கணிப்புப் பற்றி புகார்கள் இல்லை
ஒருவழிப் பாதை போல அதை கடந்து போவதெலாம் அதற்கு
புரியாமலுமில்லை

பலபோது பண்டங்கள் கொரிக்கும் யூஸ்&த்ரோ தாம் தானென்பது
அதன் நன்னெறிபாற் கொண்ட தெளிவு

இருந்தும்
பிடிபட்டால் கேட்க அதனிடம்
ஒரே ஒரு வினா மட்டுமிருந்தது

அதுவாவது
"ஏன் டபுள் சைட் பேப்பரை நீங்கள்
டபுள் சைட் பேப்பர் என்று அழைப்பதே இல்லை".

●

தங்க மீன்தொட்டி வீடு

மழை ஓய்ந்திருந்தது
குகைக்குள் விளக்கேற்றி வைத்தாற் போல்
நல்ல மாலைப்பொழுது

முற்றத்தில் மழை நீர் நிரம்பிய ஒரு சிறிய பாண்டத்தில்
ஒரு கிண்ணி மூழ்கி மேலெழ விம்முதல் போல் தங்க நிலா

சின்னஞ் சிறிய உள்ளங்கை அதை ஆசையோடு முகந்து
பையப்பைய நடந்து
உள்ளே உள்ளே போனது

கடைசியாக இருந்த ஒரே ஒரு துளியை மின்மினியென இருட்
கூடத்தில் கவிழ்க்க
மின்னத் தொடங்கியது
ஊரின் நடுவே
ஒரு தங்க மீன் தொட்டி வீடு.